Impressum
Verlag: BABADADA GmbH, Nedderfeld 112 , 22529 Hamburg
Geschäftsführer / Verlagsleitung: Harald Hof
Druck: Books on Demand GmbH, In de Tarpen 42, 22848 Norderstedt

Imprint
Publisher: BABADADA GmbH, Nedderfeld 112 , 22529 Hamburg, Germany
Managing Director / Publishing direction: Harald Hof
Print: Books on Demand GmbH, In de Tarpen 42, 22848 Norderstedt, Germany

学校

trường học

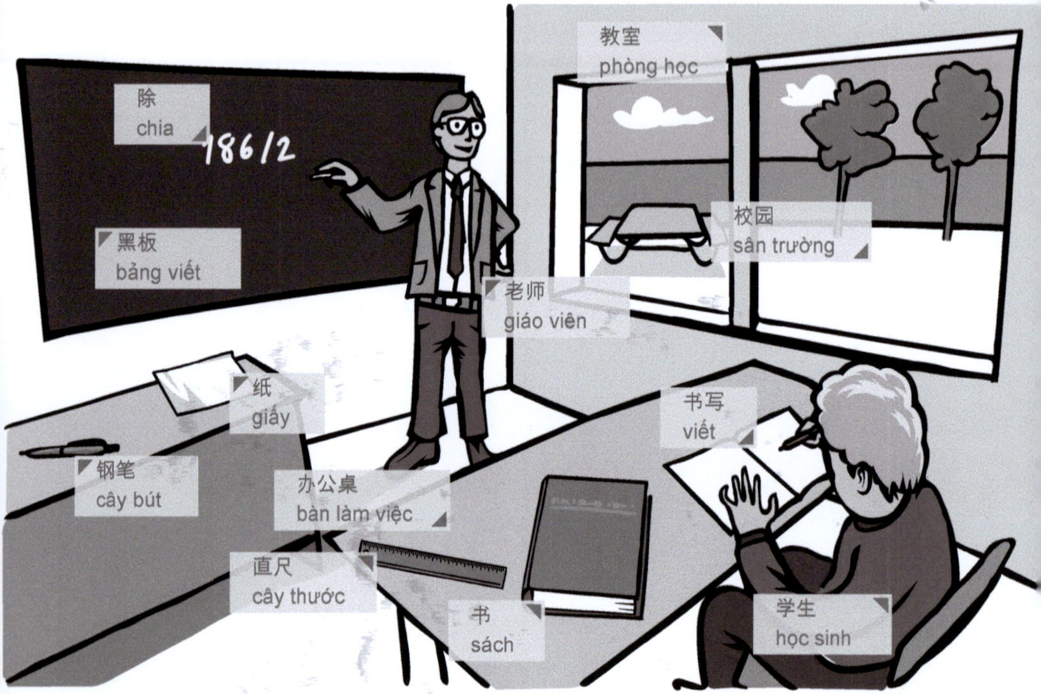

教室
phòng học
除
chia
186/2
黑板
bảng viết
校园
sân trường
老师
giáo viên
纸
giấy
书写
viết
钢笔
cây bút
办公桌
bàn làm việc
直尺
cây thước
书
sách
学生
học sinh

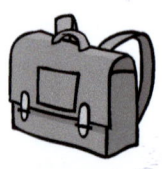

书包

cặp đeo vai học sinh

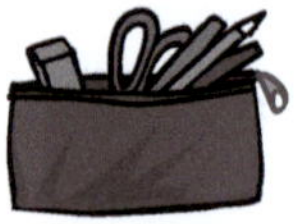

铅笔盒

hộp đựng bút

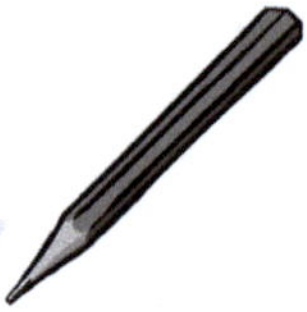

铅笔

bút chì

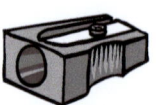

卷笔刀

cái gọt bút chì

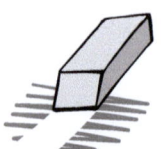

橡皮擦

cục tẩy

画板

tập giấy vẽ

图画
bản vẽ

画笔
cọ vẽ

颜料盒
hộp mực vẽ

剪刀
cây kéo

胶水
keo dán

练习册
sách bài tập

家庭作业
bài tập ở nhà

12

数字
số

2+2

加
cộng

5-2

减
trừ

2×2

乘
nhân

计算
tính toán

A

字母
chữ cái

ABCDEFG HIJKLMN OPQRSTU VWXYZ

字母表
bảng chữ cái

hello

字
từ

课文
văn bản

读
đọc

粉笔
phấn viết

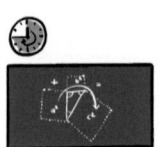

上课
bài học

登记
sổ lớp

考试
thi kiểm tra

证书
chứng chỉ

校服
đồng phục học sinh

教育
giáo dục

百科全书
từ điển bách khoa

大学
đại học

显微镜
kính hiển vi

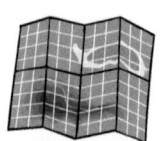

地图
bản đồ

废纸篓
thùng rác giấy

酒店
khách sạn

Grand

青年旅社
nhà trọ

ROOMS

外币兑换处
quầy đổi tiền

EXCHANGE

手提箱
va li

汽车
xe ô tô

语言
ngôn ngữ

是/否
có / không

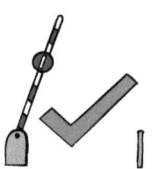

好的
ô kê

您好
Xin chào

翻译员
thông dịch viên

谢谢
cám ơn

......多少钱？

… bao nhiêu tiều?

我不明白

tôi không hiểu

问题

vấn đề

晚上好！

Xin chào! (buổi tối)

早上好！

xin chào! (buổi sáng)

晚安！

chúc ngủ ngon!

再见

tạm biệt

方向

hướng đi

行李

hành lý

包

túi xách

双肩包

túi ba lô

客人

khách

房间

phòng

睡袋

túi ngủ

帐篷

lều

旅游信息

thông tin du lịch

海滩

bãi biển

信用卡

thẻ tín dụng

早餐

ăn sáng

午餐

ăn trưa

晚餐

ăn tối

票

vé xe

电梯

thang máy

邮票

tem bưu điện

边界

biên giới

海关

hải quan

大使馆

đại sứ quán

签证

thị thực

护照

hộ chiếu

交通运输

vận chuyển

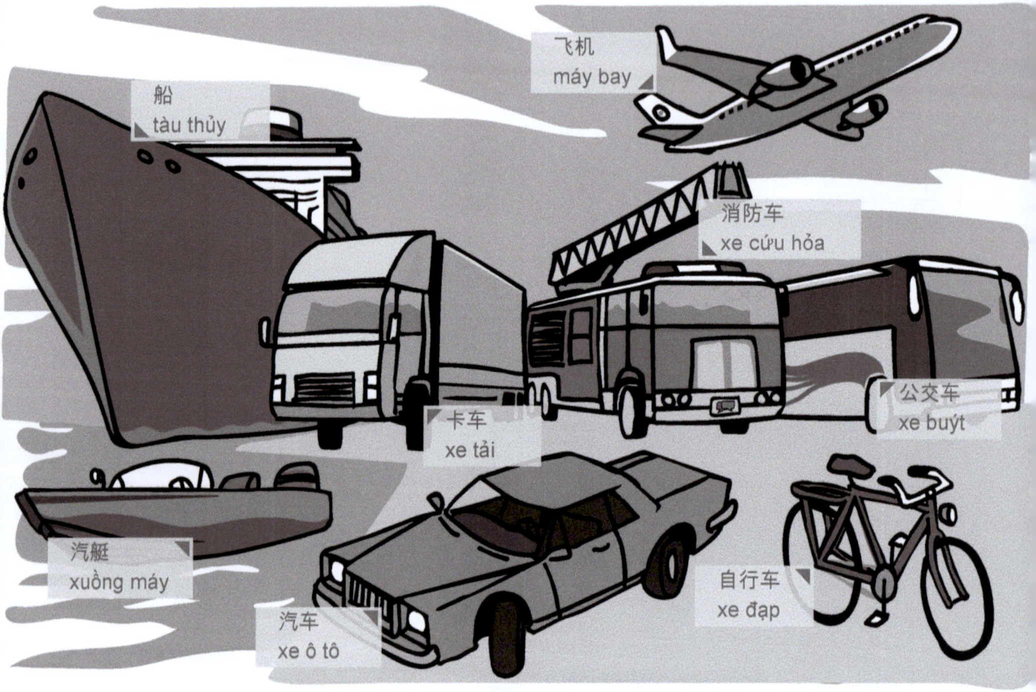

飞机
máy bay
船
tàu thủy
消防车
xe cứu hỏa
公交车
xe buýt
卡车
xe tải
汽艇
xuồng máy
自行车
xe đạp
汽车
xe ô tô

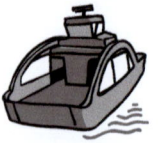

摆渡船

phà

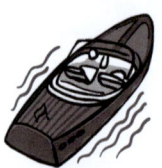

小船

xuồng

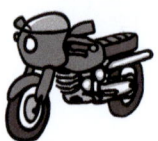

摩托车

xe máy

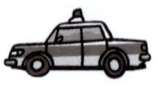

警车

xe cảnh sát

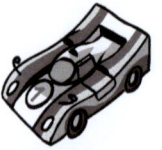

赛车

xe đua

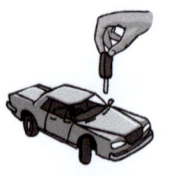

租车

xe cho thuê

拼车

dịch vụ thuê xe tự lái

拖车

xe kéo cứu hộ

垃圾车

xe rác

发动机

động cơ

汽油

xăng

加油站

trạm xăng

交通标志

biển báo giao thông

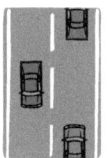

交通

giao thông

交通堵塞

ách tắc giao thông

停车场

bãi đậu xe

火车站

nhà ga

轨道

đường ray

火车

xe lửa

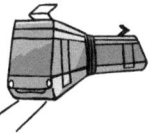

电车

tàu điện

货车

toa xe

直升机

máy bay trực thăng

机场

sân bay

塔

tháp

乘客

hành khách

集装箱

côngtenơ

纸板箱

thùng các-tông

手推车

xe đẩy

篮子

cái giỏ

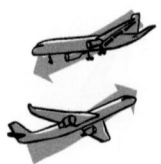

起飞/降落

cất cánh / hạ cánh

城市

thành phố

村庄

làng

市中心

trung tâm thành phố

房子

nhà

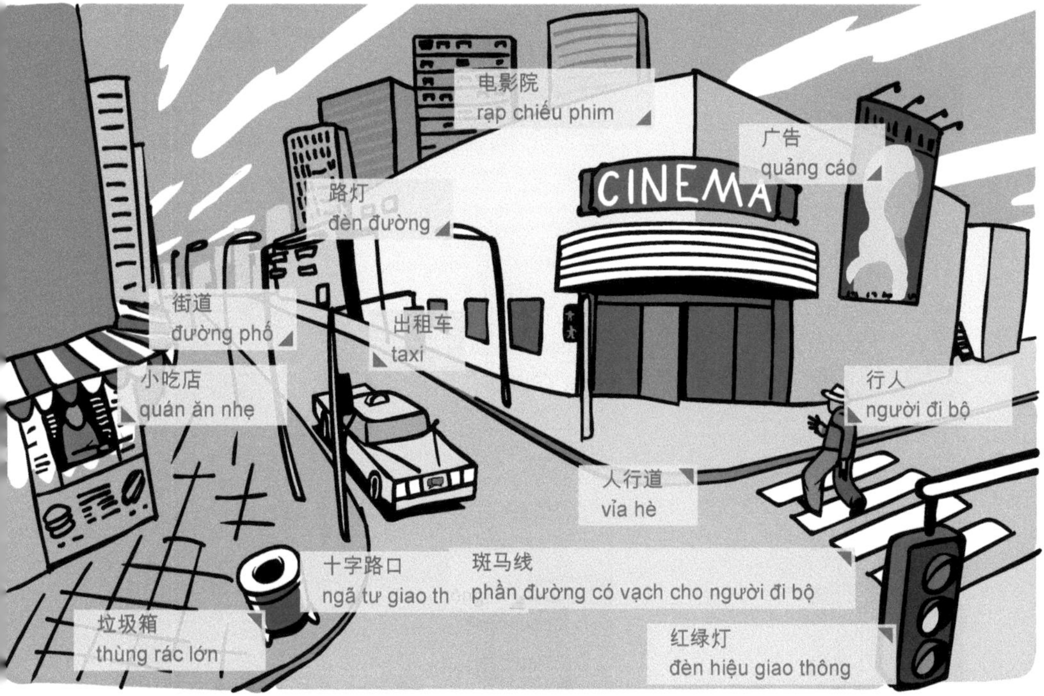

电影院
rạp chiếu phim
CINEMA
广告
quảng cáo
路灯
đèn đường
街道
đường phố
出租车
taxi
小吃店
quán ăn nhẹ
行人
người đi bộ
人行道
vỉa hè
十字路口
ngã tư giao th
斑马线
phần đường có vạch cho người đi bộ
垃圾箱
thùng rác lớn
红绿灯
đèn hiệu giao thông

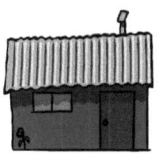

小屋

nhà chòi

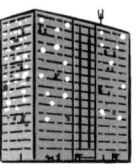

公寓

căn hộ

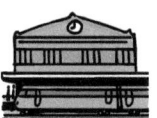

火车站

nhà ga

市政厅

tòa thị chính

MUSEUM

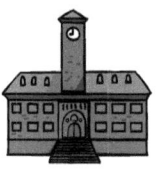

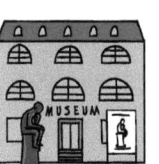

博物馆

viện bảo tàng

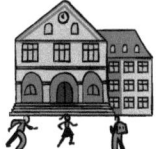

学校

trường học

大学

đại học

银行

ngân hàng

医院

bệnh viện

酒店

khách sạn

药房

hiệu thuốc

办公室

văn phòng

书店

hiệu sách

商店

cửa hiệu

花店

cửa hiệu bán hoa

超市

siêu thị

市场

chợ

百货商店

cửa hàng bách hóa

鱼店

người bán cá

购物中心

trung tâm mua bán

海港

bến cảng

公园

công viên

长凳

ghế băng

桥

cầu

楼梯

cầu thang

地铁

tàu điện ngầm

隧道

đường hầm

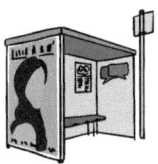

公交车站

trạm xe buýt

酒吧

quán bar

餐馆

khách sạn

邮筒

hòm thư công cộng

路标

bảng hiệu đường

停车计时器

đồng hồ đậu xe

动物园

vườn bách thú

游泳馆

bể bơi

清真寺

nhà thờ Hồi giáo

农场

nông trại

污染

ô nhiễm môi trường

墓地

nghĩa trang

教堂

nhà thờ

操场

sân chơi

寺庙

ngôi đền

地形
phong cảnh

树叶
lá cây

指示牌
bảng chỉ đường

路
lối đi

草地
bãi cỏ

石头
hòn đá

树
cây

徒步旅行者
người đi bộ đường dài

河
sông

草
cỏ

花
bông hoa

峡谷

thung lũng

山

đồi

湖

hồ nước

森林

rừng

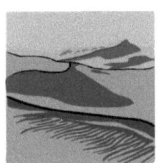

沙漠

sa mạc

火山

núi lửa

城堡

lâu đài

彩虹

cầu vồng

蘑菇

nấm

棕榈树

cây cọ

蚊子

con muỗi

苍蝇

con ruồi

蚂蚁

con kiến

蜜蜂

con ong

蜘蛛

con nhện

甲虫

bọ cánh cứng

青蛙

con ếch

松鼠

con sóc

刺猬

con nhím

野兔

con thỏ

猫头鹰

con cú

鸟

con chim

天鹅

thiên nga

野猪

heo rừng

鹿

con hươu

麋鹿

nai sừng tấm

水坝

đê

风力发电机

tuabin gió

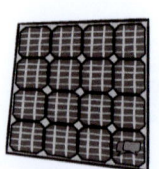

太阳能电池板

tấm năng lượng mặt trời

气候

khí hậu

餐馆
khách sạn

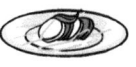

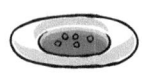

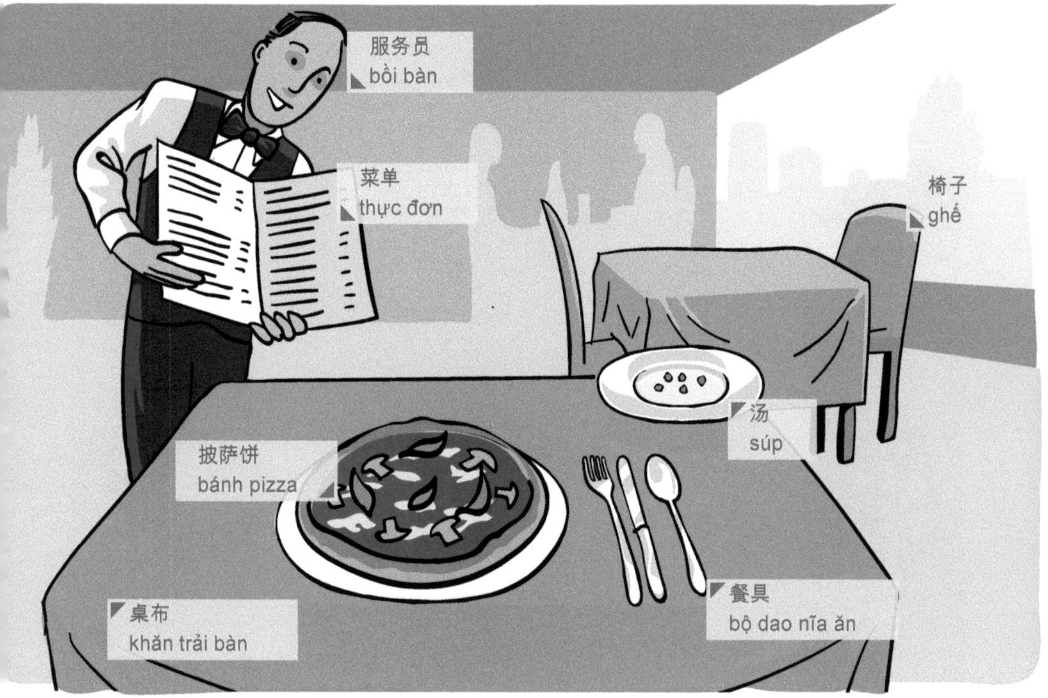

服务员
bồi bàn
菜单
thực đơn
椅子
ghế
汤
súp
披萨饼
bánh pizza
餐具
bộ dao nĩa ăn
桌布
khăn trải bàn

前菜

món ăn khai vị

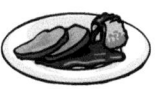

主菜

món ăn chính

甜点

món tráng miệng

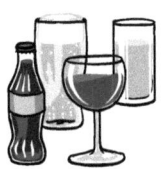

饮料

thức uống

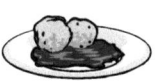

食物

thức ăn

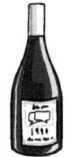

瓶子

cái chai

快餐

thức ăn nhanh

街边小吃

thức ăn đường phố

茶壶

ấm trà

糖盒

hộp đường

一份饭菜

khẩu phần

意式咖啡机

máy pha espresso

高脚椅

ghế cao

账单

hóa đơn

托盘

khay

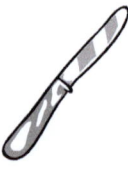

刀

dao

餐叉

nĩa

勺子

thìa

茶匙

thìa uống trà

餐巾

khăn ăn

玻璃杯

cốc thủy tinh

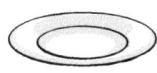

碟子

đĩa

汤盘

đĩa súp

碟子

đĩa lót cốc

酱

nước sốt

盐瓶

lọ muối

胡椒磨

cái xay tiêu

醋

giấm

食用油

dầu

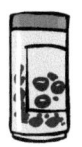

调味料

gia vị

番茄酱

nước xốt cà chua

芥末

tương hạt cải

蛋黄酱

nước sốt mayonnaise

特价
chào giá đặc biệt

顾客
khách hàng

乳制品
sản phẩm từ sữa

水果
trái cây

购物车
xe đẩy mua sắm

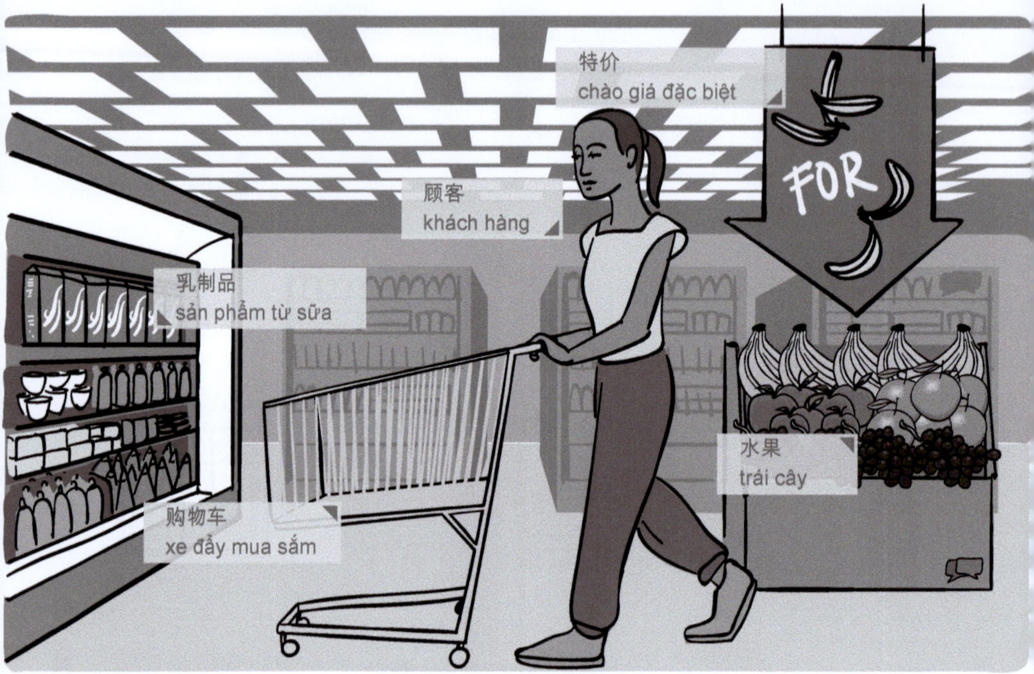

肉铺
lò mổ

面包房
cửa hiệu bán bánh mì

称重
cân nặng

蔬菜
rau quả

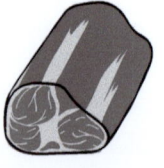

肉
thịt

冷冻食品
thức ăn đông lạnh

冷盘

lát thịt nguội

罐头食品

đồ hộp

洗衣粉

bột giặt

甜食

đồ ngọt

日用品

sản phẩm dùng trong gia đình

清洁用品

chất tẩy rửa

销售员

người bán hàng

收银机

quầy trả tiền

收银员

nhân viên thu ngân

购物清单

danh sách mua sắm

开放时间

giờ mở cửa

钱包

ví tiền

信用卡

thẻ tín dụng

袋子

túi đeo

塑料袋

túi ny lông

超市 - siêu thị

水

nước

果汁

nước quả ép

牛奶

sữa

可乐

coca-cola

红酒

rượu vang

啤酒

bia

酒

cồn

可可

cacao

茶

trà

咖啡

cà phê

意式浓缩咖啡

espresso

卡布奇诺

cappuccino

香蕉

chuối

苹果

quả táo

橙子

quả cam

西瓜

dưa hấu

柠檬

chanh

胡萝卜

cà rốt

大蒜

tỏi

竹子

tre

洋葱

củ hành

蘑菇

nấm

坚果

hạt dẻ

面条

mì

意大利面条

mì spaghetti

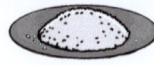

米饭

cơm

沙拉

xà lách

薯条

khoai tây chiên

炸土豆

khoai tây chiên

披萨饼

bánh pizza

汉堡包

bánh hamburger

三明治

bánh mì sandwich

炸猪排

thịt côtlet

火腿

thịt giăm bông

萨拉米

xúc xích

香肠

dồi

鸡肉

gà

烤肉

rán

鱼

cá

燕麦片

cháo yến mạch

穆兹利

cháo muesli

玉米片

bánh bột ngô nướng

面粉

bột mì

羊角面包

bánh sừng bò

面包卷

bánh mì

面包

bánh mì

烤面包

bánh mì nướng

饼干

bánh bích quy

黄油

bơ

凝乳

sữa đông

蛋糕

bánh ngọt

蛋

trứng

煎蛋

trứng rán

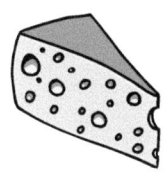

奶酪

pho mát

冰激凌

kem

糖

đường

蜂蜜

mật ong

果酱

mứt

巧克力酱

kem nougat

咖喱饭

cà ri

农场

nông trại

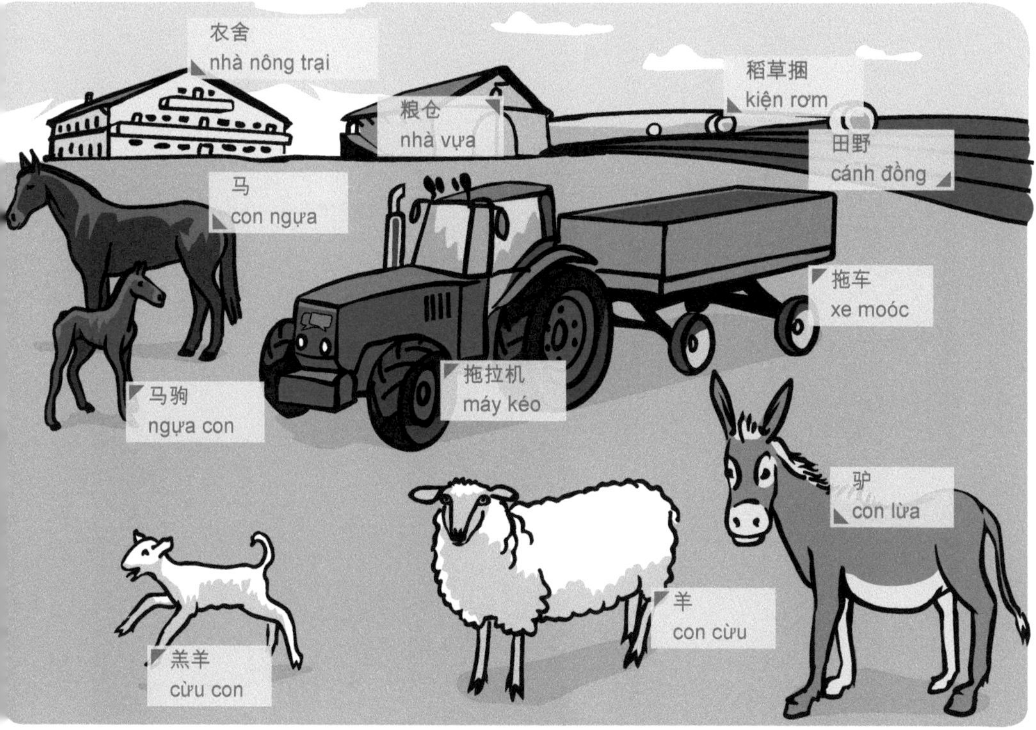

农舍
nhà nông trại
粮仓
nhà vựa
稻草捆
kiện rơm
田野
cánh đồng
马
con ngựa
拖车
xe moóc
拖拉机
máy kéo
马驹
ngựa con
驴
con lừa
羊
con cừu
羔羊
cừu con

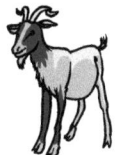

山羊

con dê

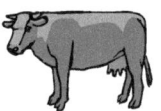

奶牛

con bò

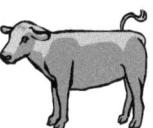

牛犊

con bê

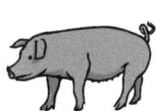

猪

con lợn

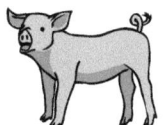

小猪

lợn con

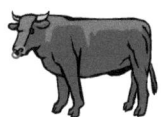

公牛

bò đực

鹅

con ngỗng

鸭

con vịt

小鸡

gà con

母鸡

gà mái

公鸡

gà trống

鼠

con chuột

猫

mèo

老鼠

chuột nhắt

牛

bò đực

狗

con chó

狗屋

nhà chuồng chó

花园浇水软管

ống tưới vườn cây

洒水壶

thùng tưới cây

长柄大镰刀

lưỡi hái

犁

cái cày

镰刀

cái liềm

锄头

cái cuốc

长柄草耙

cái chĩa

斧头

cái rìu

独轮手推车

xe cút kít

饲料槽

máng ăn

牛奶罐

lọ sữa

麻布袋

bao tải

栅栏

hàng rào

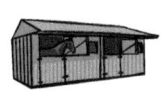

马厩

chuồng

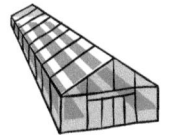

温室

nhà kính trồng cây

土壤

đất trồng

种子

hạt giống

肥料

phân bón

联合收割机

máy gặt đập liên hợp

收割

thu hoạch

收割

mùa thu hoạch

山药

khoai lang

小麦

lúa mì

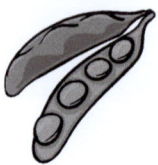

大豆

đậu nành

土豆

khoai tây

玉米

ngô

油菜籽

hạt cải dầu

果树

cây ăn trái

树薯

sắn

谷物

ngũ cốc

房子
nhà

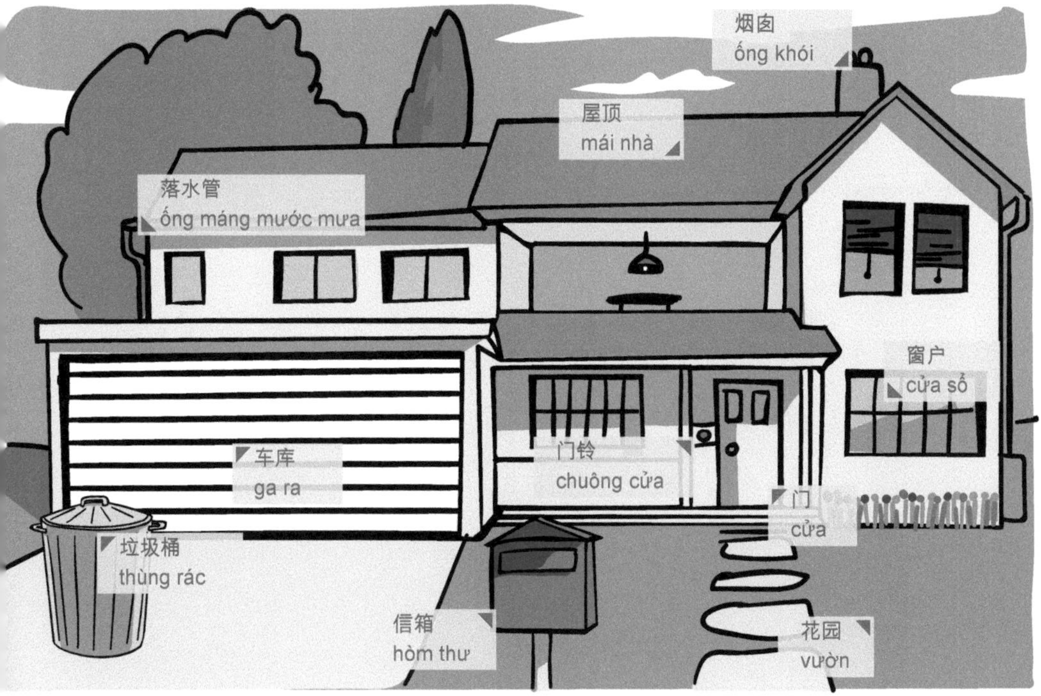

烟囱
ống khói
屋顶
mái nhà
落水管
ống máng mước mưa
窗户
cửa sổ
车库
ga ra
门铃
chuông cửa
门
cửa
垃圾桶
thùng rác
信箱
hòm thư
花园
vườn

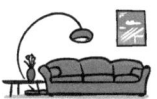

客厅
phòng khách

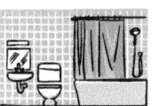

浴室
phòng tắm

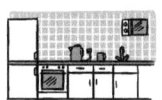

厨房
bếp

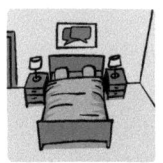

卧室
phòng ngủ

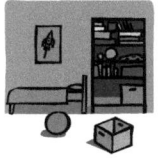

儿童房
phòng trẻ em

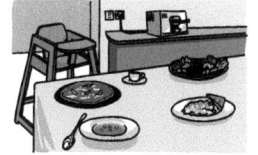

餐厅
phòng ăn

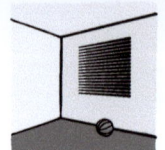

地板
nền nhà

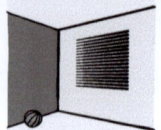

墙壁
tường

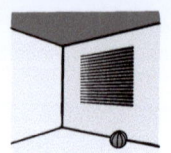

吊顶
trần nhà

地窖
tầng hầm

桑拿
tắm hơi

阳台
ban công

露台
sân hiên

游泳池
bể bơi

割草机
máy cắt cỏ

被单
khăn trải giường

床罩
khăn trải giường

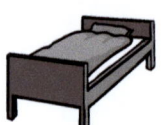

床
giường

扫帚
chổi

水桶
cái xô

开关
công tắc điện

客厅

phòng khách

壁纸
giấy dán tường
照片
hình ảnh
台灯
đèn
搁架
cái kệ
橱柜
tủ
电视机
ti vi
壁炉
lò sưởi
花
bông hoa
垫子
gối
沙发
ghế sofa
花瓶
bình hoa
遥控器
điều khiển từ xa

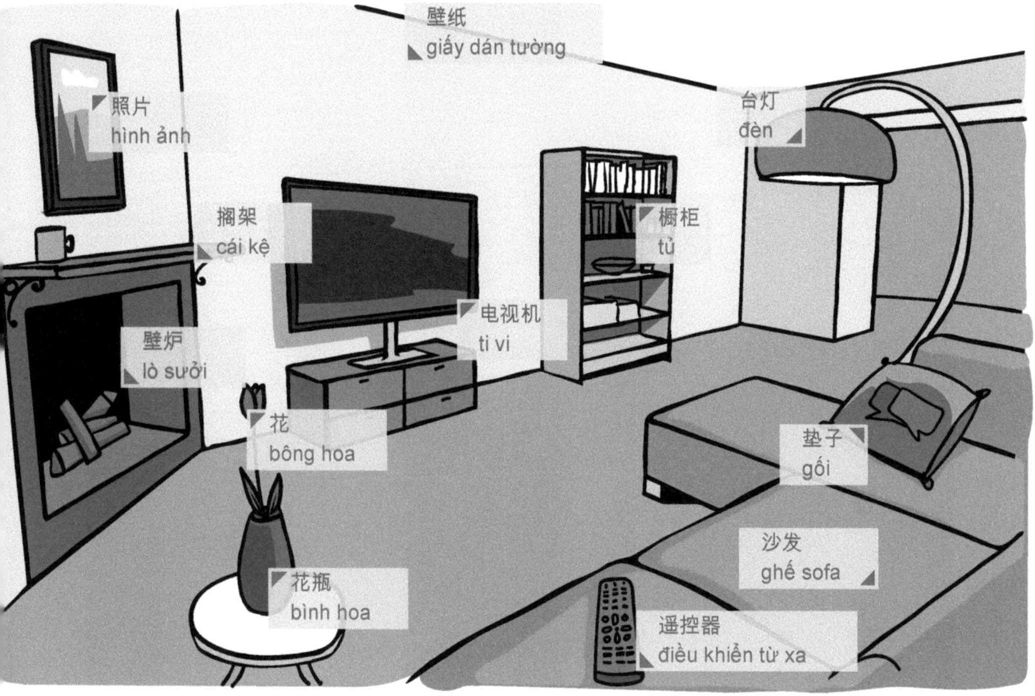

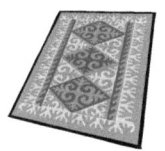

地毯

thảm

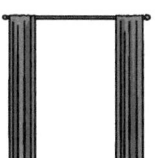

窗帘

rèm

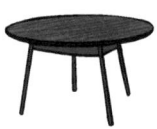

餐桌

cái bàn

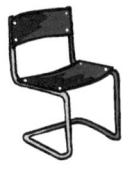

椅子

ghế

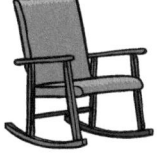

摇椅

ghế bập bênh

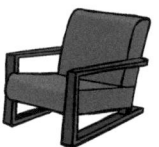

扶手椅

ghế bành

书
sách

毯子
cái chăn

装饰品
đồ trang trí

木柴
củi

电影
phim

高保真音响
máy hi-fi

钥匙
chìa khóa

报纸
báo

油画
bức tranh

海报
áp phích

收音机
radio

笔记本
sổ ghi chép

吸尘器
máy hút bụi

仙人掌
cây xương rồng

蜡烛
cây nến

厨房
bếp

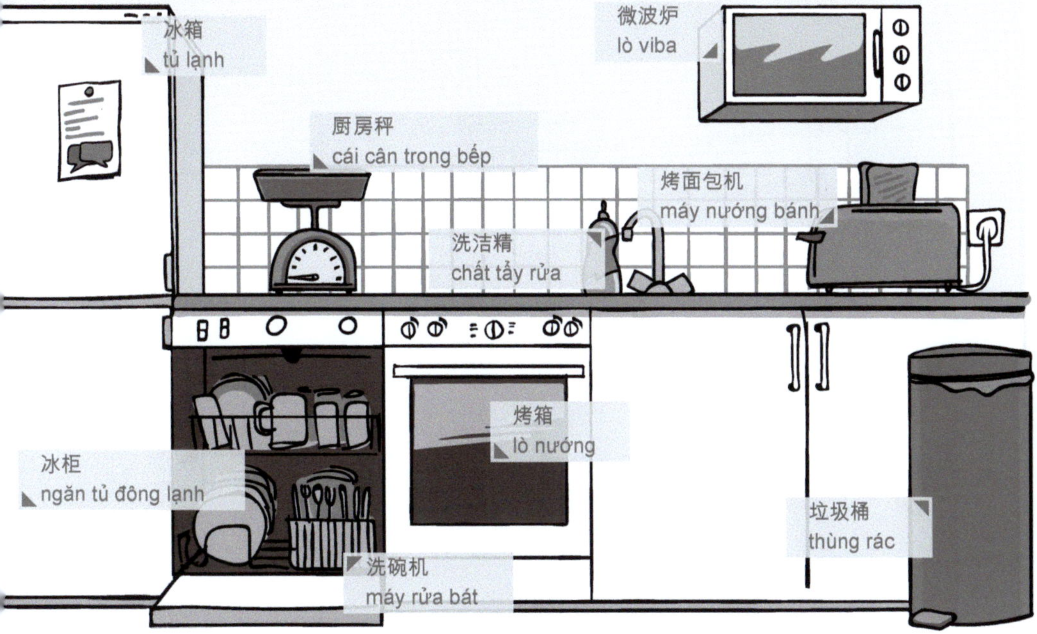

冰箱
tủ lạnh
微波炉
lò viba
厨房秤
cái cân trong bếp
烤面包机
máy nướng bánh
洗洁精
chất tẩy rửa
烤箱
lò nướng
冰柜
ngăn tủ đông lạnh
垃圾桶
thùng rác
洗碗机
máy rửa bát

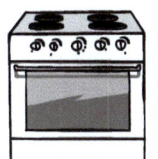

炊具

lò nấu

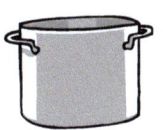

锅

nồi

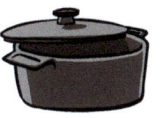

铸铁锅

nồi sắt

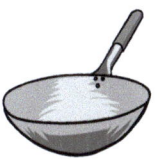

炒锅

chảo

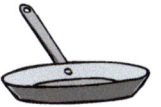

平底锅

chảo

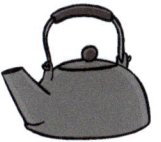

水壶

ấm đun nước

蒸锅

nồi đun hơi

烤盘

khay lò nướng

陶瓷锅

bát đĩa

马克杯

cốc

碗

cái bát

筷子

đũa

长柄勺

cái vá

铲子

bàn xẻng

搅拌器

que đánh kem

滤网

rây dùng trong bếp

筛子

cái rây lọc

磨碎机

cái nạo

研钵

vữa

烧烤

vỉ nướng

明火

ngọn lửa trần

菜板

cái thớt

擀面杖

trục cán bột

开瓶器

cái mở nút chai

罐子

vỏ đồ hộp

开罐器

cái mở vỏ đồ hộp

隔热手套

miếng nhắc nồi

水槽

bồn rửa bát

刷子

bàn chải

海绵

miếng xốp

搅拌机

máy xay

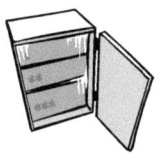

冷藏箱

tủ đông lạnh

奶瓶

bình sữa cho trẻ sơ sinh

水龙头

vòi nước

浴室

phòng tắm

淋浴
vòi hoa sen
供暖设备
lò sưởi
毛巾
khăn lau
浴帘
rèm che ngăn tắm
泡沫浴
tắm bọt
浴缸
bồn tắm
玻璃杯
cốc thủy tinh
洗衣机
máy giặt
水龙头
vòi nước
瓷砖
gạch lát
便壶
cái bô
水槽
bồn rửa bát

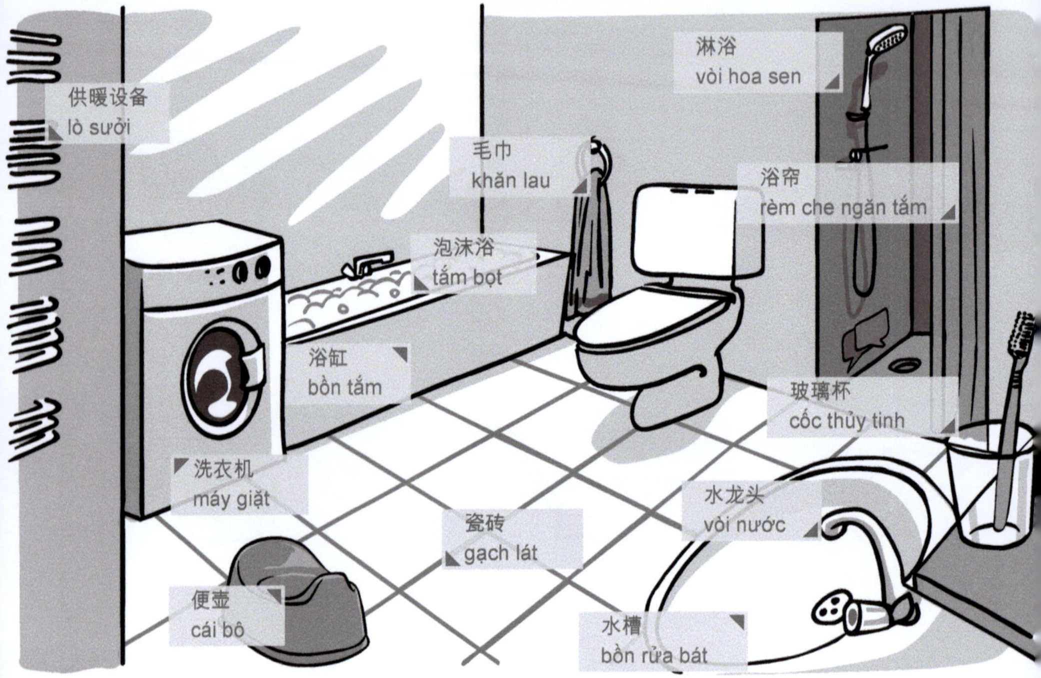

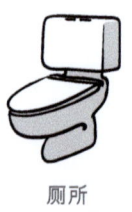

厕所

bồn cầu

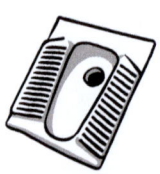

蹲便器

bồn cầu ngồi xổm

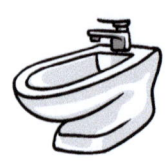

坐浴器

bồn rửa hậu môn

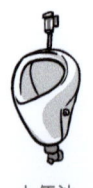

小便池

bồn tiểu tiện

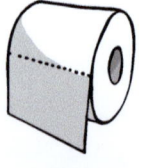

厕纸

giấy vệ sinh

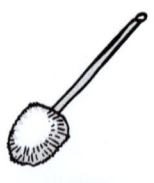

马桶刷

bàn chải cọ bồn cầu

牙刷
bàn chải đánh răng

牙膏
kem đánh răng

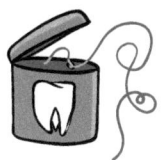

牙线
chỉ nha khoa

洗
rửa

手持式喷淋头
vòi sen cầm tay

冲洗器
vòi rửa hậu môn

洗脸盆
bồn rửa

擦背刷
bàn chải cọ lưng

肥皂
xà phòng

沐浴露
sữa tắm

洗发水
dầu gội

法兰绒
khăn cọ để tắm

排水
lỗ thoát nước

乳霜
kem

除臭剂
chất khử mùi

镜子

gương

手镜

gương tay

剃须刀

dao cạo râu

剃须泡沫

kem cạo râu

须后水

nước thơm dùng sau khi cạo râu

梳子

cái lược

刷子

bàn chải

吹风机

máy xấy tóc

喷发定型剂

keo xịt tóc

化妆品

đồ trang điểm

唇膏

thỏi son môi

指甲油

sơn bôi móng

化妆棉

bông

指甲剪

kéo cắt móng

香水

nước hoa

洗漱包

túi đựng đồ tắm

凳子

ghế đẩu

计重秤

cái cân

浴袍

áo choàng tắm

橡胶手套

găng tay làm vệ sinh

卫生棉条

nút gạc

卫生巾

băng vệ sinh

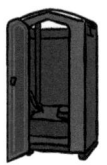

化学厕所

nhà vệ sinh hóa chất

儿童房
phòng trẻ em

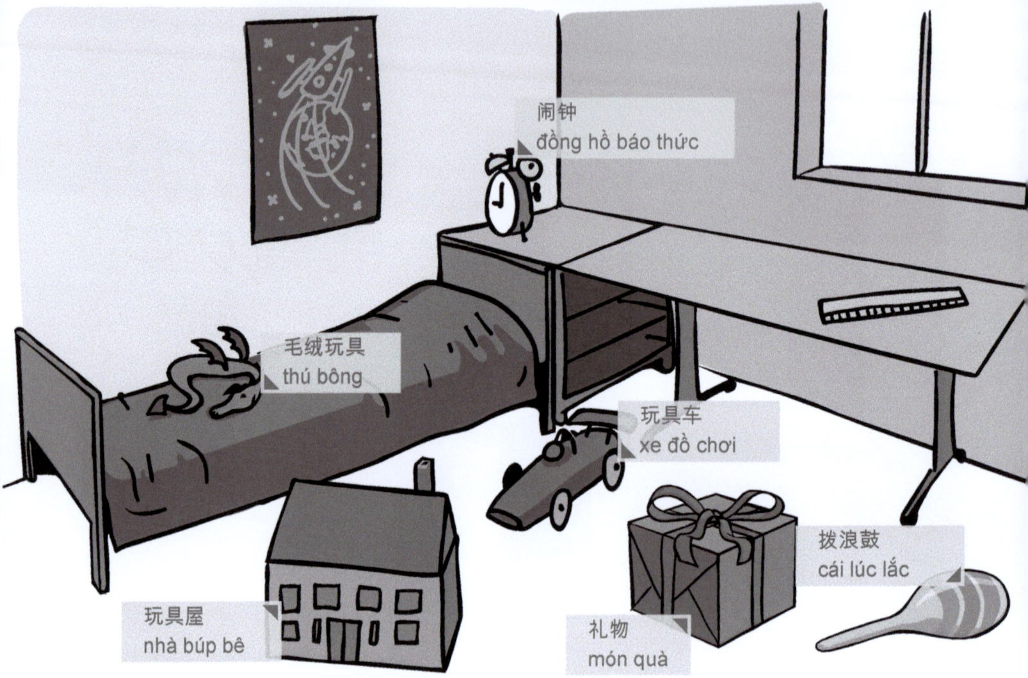
闹钟
đồng hồ báo thức
毛绒玩具
thú bông
玩具车
xe đồ chơi
拨浪鼓
cái lúc lắc
玩具屋
nhà búp bê
礼物
món quà

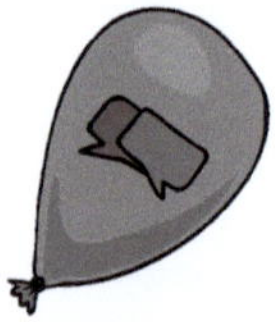

气球

bong bóng

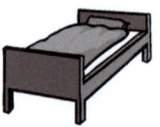

床

giường

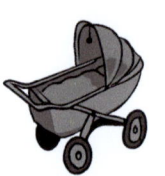

（洋娃娃用）婴儿车

xe nôi

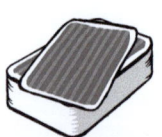

扑克牌

trò chơi bài

拼图

trò chơi ghép hình

SUPER MEGA

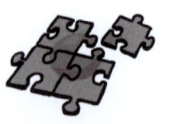

漫画

truyện tranh

乐高积木

gạch Lego

积木玩具

khối xếp hình

玩具人

nhân vật hành động

婴儿服

áo liền quần cho trẻ sơ sinh

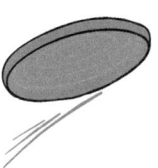

飞盘

đĩa nhựa để ném

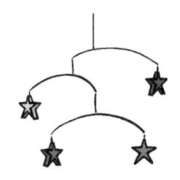

床铃玩具

đồ chơi treo trên giường

棋盘游戏

trò chơi cờ bàn

骰子

xúc xắc

火车模型

đồ chơi xe lửa mô hình

安抚奶嘴

ti giả

聚会

buổi tiệc

绘本

sách tranh

球

quả bóng

洋娃娃

búp bê

玩

chơi

沙坑

hố cát

秋千

cái đu

玩具

đồ chơi

游戏机

máy chơi game cầm tay

三轮车

xe ba bánh

泰迪熊

gấu bông

衣柜

tủ quần áo

衣服

y phục

袜子

bít tất

长袜

bít tất dài

紧身裤

quần tất

围巾
khăn choàng cổ

皮带
dây thắt lưng

雨伞
ô che mưa

T恤
áp phông

运动鞋
giày sneaker

靴子
ủng

拖鞋
dép đi trong nhà

凉鞋
dép xăng đan

鞋
giày

雨靴
ủng cao su

内裤
quần lót

胸罩
áo ngực

背心
áo vest

身体

áo ôm sát cơ thể

裤子

quần dài

牛仔裤

quần bò

短裙

váy

女式衬衫

áo cánh

衬衫

áo sơ mi

套头衫

áo len chui đầu

卫衣

áo len

西装夹克

áo blazer

夹克

áo jacket

外套

áo khoác

雨衣

áo mưa

套装

trang phục

连衣裙

áo váy

婚纱

áo cưới

西装
bộ com lê

睡袍
áo ngủ

睡衣
pijama

莎丽
trang phục sari

头巾
khăn trùm đầu

包头巾
khăn đội đầu

波卡
áo burka

卡夫坦
áo captan

(阿拉伯式)长袍
áo aba

泳衣
quần áo bơi

男式泳裤
quần bơi

短裤
quần đùi

运动服
quần áo tracksuit

围裙
tạp dề

手套
găng tay

纽扣

cái cúc

眼镜

kính mắt

手链

vòng đeo tay

项链

vòng cổ

戒指

nhẫn

耳环

hoa tai

便帽

mũ lưỡi trai

衣架

cái mắc treo áo quần

帽子

mũ

领带

cà vạt

拉链

dây kéo phéc mơ tuya

头盔

mũ bảo hiểm

背带

dây đeo quần

校服

đồng phục học sinh

制服

đồng phục

围兜
yếm trẻ em

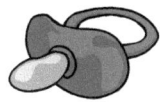

安抚奶嘴
ti giả

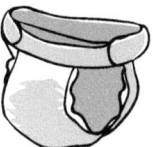

尿不湿
tã lót

办公室
văn phòng

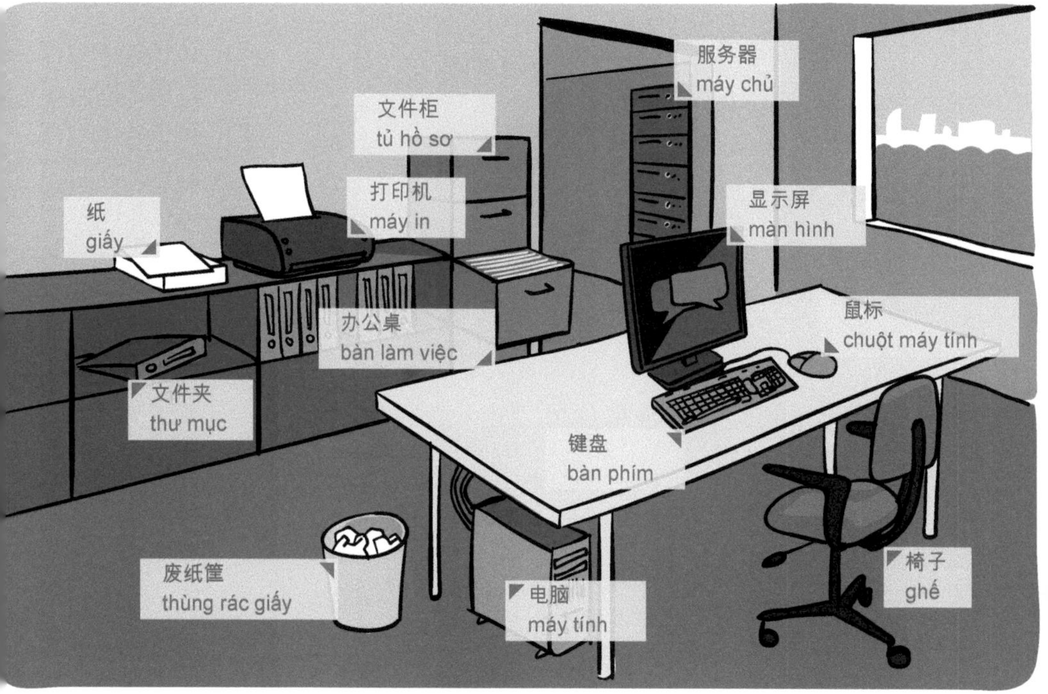

文件柜
tủ hồ sơ

服务器
máy chủ

打印机
máy in

纸
giấy

显示屏
màn hình

办公桌
bàn làm việc

鼠标
chuột máy tính

文件夹
thư mục

键盘
bàn phím

椅子
ghế

废纸筐
thùng rác giấy

电脑
máy tính

咖啡杯
cốc cà phê

计算器
máy tính bỏ túi

因特网
internet

笔记本电脑
laptop

信件
thư

消息
tin nhắn

手机
điện thoại di động

网络
mạng

复印机
máy photocopy

软件
phần mềm

电话
điện thoại

插座
ổ cắm điện

传真机
máy fax

表格
mẫu đơn

文件
chứng từ

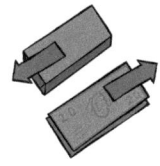

买

mua

付钱

trả tiền

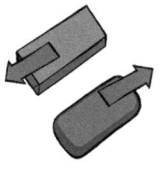

交易

buôn bán

现金

tiền

美元

đô la

欧元

Euro

日元

yên

卢布

rúp

瑞士法郎

franc Thụy Sĩ

人民币

nhân dân tệ

卢比

rupi

提款处

máy rút tiền tự động

外币兑换处
quầy đổi tiền

金
vàng

银
bạc

石油
dầu

能源
năng lượng

价格
giá tiền

合同
hợp đồng

税金
thuế

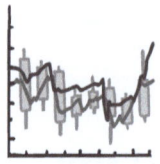

股票
cổ phiếu

工作
làm việc

职员
nhân viên

老板
chủ lao động

工厂
nhà máy

商店
cửa hiệu

职业
nghề nghiệp

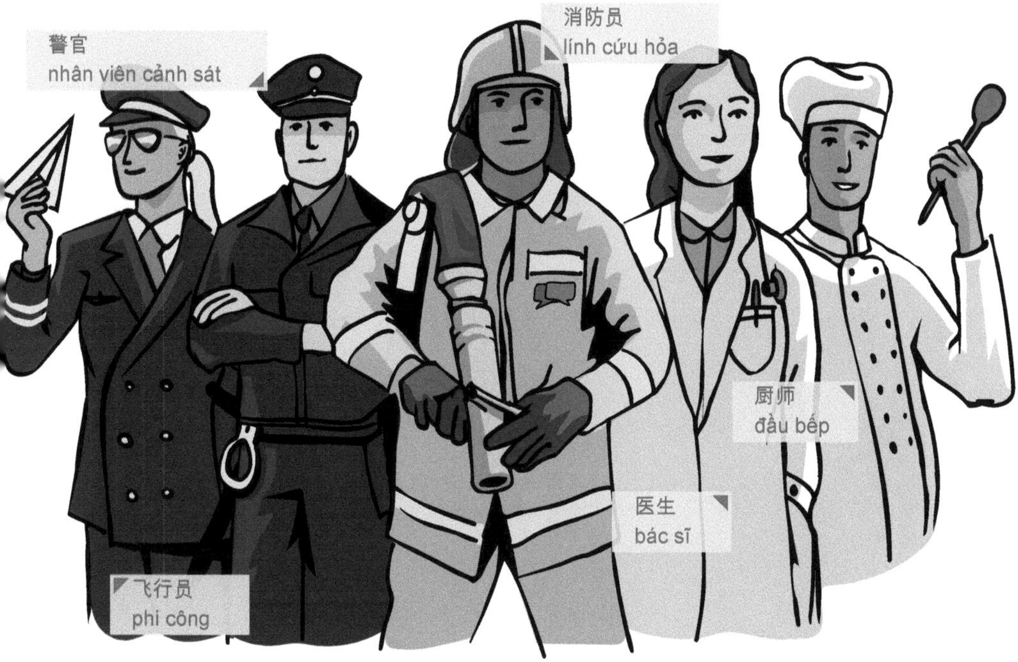

警官
nhân viên cảnh sát
消防员
lính cứu hỏa
厨师
đầu bếp
医生
bác sĩ
飞行员
phi công

园丁

người làm vườn

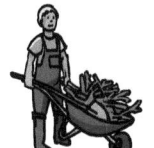

木匠

thợ mộc

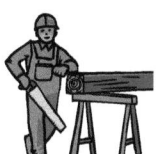

裁缝

thợ may

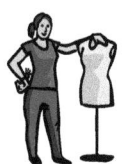

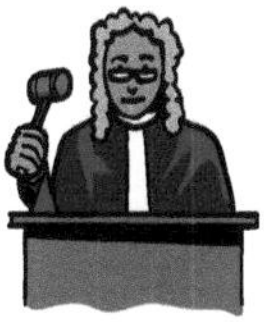

法官

chánh án

化学家

nhà hóa học

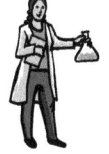

演员

diễn viên

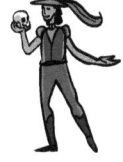

公交车司机

tài xế xe buýt

出租车司机

người lái taxi

渔夫

ngư dân

清洁女工

người lau dọn vệ sinh

屋顶工

thợ lợp mái nhà

服务员

bồi bàn

猎人

thợ săn

画家

họa sĩ

面包师

thợ làm bánh

电工

thợ điện

建筑工人

thợ xây dựng

工程师

kỹ sư

屠夫

người hàng thịt

水管工

thợ sửa ống nước

邮递员

người đưa thư

士兵

người lính

建筑师

kiến trúc sư

收银员

nhân viên thu ngân

花农

người bán hoa

理发师

thợ cắt tóc

售票员

nhân viên soát vé

机械师

thợ cơ khí

船长

thuyền trưởng

牙医

nha sĩ

科学家

nhà khoa học

拉比

giáo sĩ Do thái

伊玛目

lãnh tụ Hồi giáo

和尚

nhà sư

牧师

mục sư

工具
dụng cụ

铁锤
cây búa
钳子
kìm
螺丝刀
tua vít
扳手
cờ lê
手电筒
đèn pin

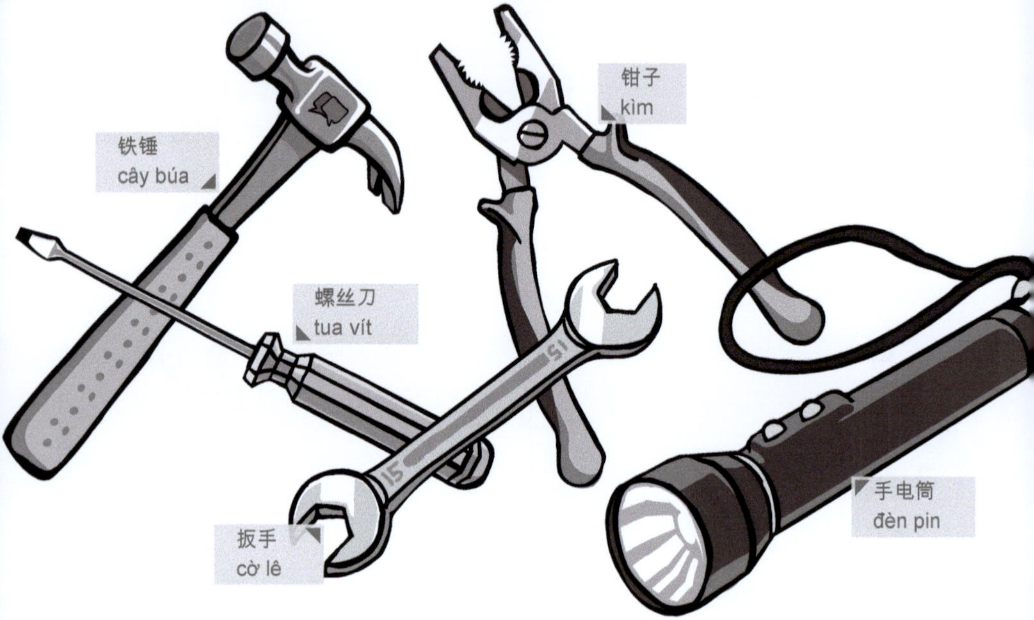

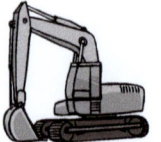

挖掘机
máy xúc đất

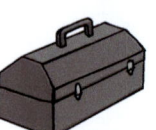

工具箱
hộp dụng cụ

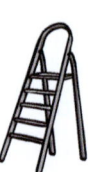

梯子
cái thang

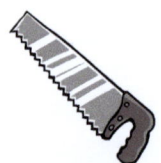

锯子
cưa

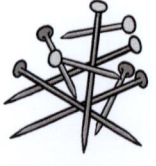

钉子
đinh

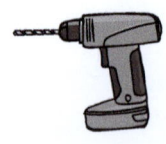

钻机
máy khoan

修
....
sửa chữa

铲子
....
cái xẻng

靠！
....
khốn nạn!

簸箕
....
cái hót rác

油漆桶
....
thùng sơn

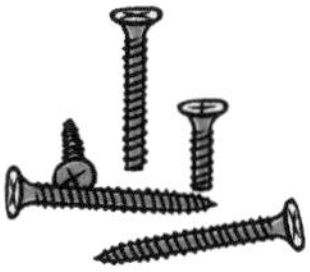

螺丝
....
vít

乐器

nhạc cụ

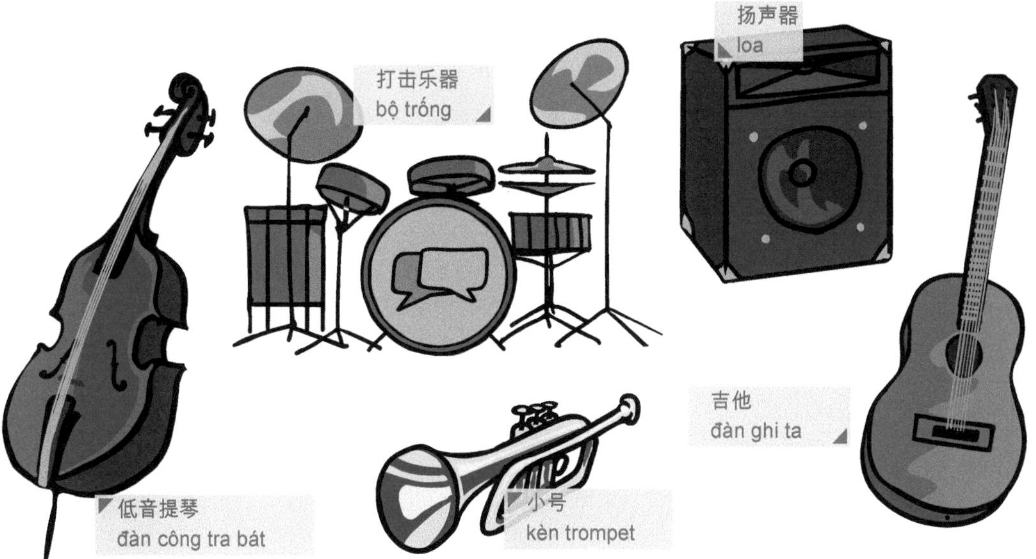

打击乐器
bộ trống

扬声器
loa

低音提琴
đàn công tra bát

小号
kèn trompet

吉他
đàn ghi ta

钢琴

đàn piano

小提琴

đàn vĩ cầm

贝斯

ghi ta bass

定音鼓

trống định âm

鼓

trống

电子琴

đàn organ

萨克斯管

kèn Saxophone

长笛

sáo

麦克风

micro

动物园
vườn bách thú

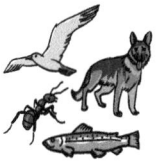

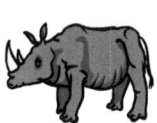

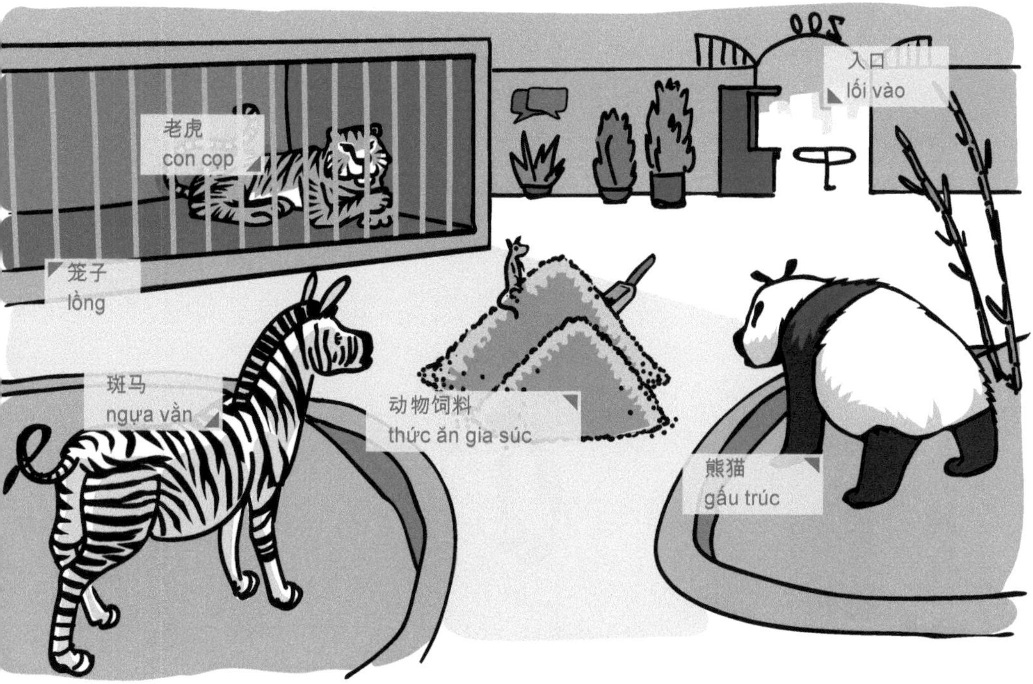

入口
lối vào
老虎
con cọp
笼子
lồng
斑马
ngựa vằn
动物饲料
thức ăn gia súc
熊猫
gấu trúc

动物

động vật

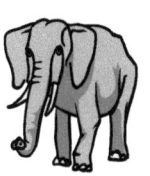

大象

con voi

袋鼠

chuột túi

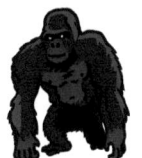

犀牛

tê giác

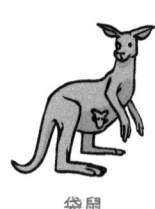

大猩猩

khỉ đột

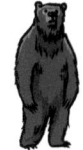

熊

con gấu

骆驼

lạc đà

鸵鸟

đà điểu

狮子

sư tử

猴子

con khỉ

火烈鸟

hồng hạc

鹦鹉

con vẹt

北极熊

gấu bắc cực

企鹅

chim cánh cụt

鲨鱼

cá mập

孔雀

con công

蛇

con rắn

鳄鱼

cá sấu

动物园管理员

người trông giữ vườn bách
thú

海豹

hải cẩu

美洲豹

báo đốm

矮种马

ngựa lùn

豹

con báo

河马

hà mã

长颈鹿

hươu cao cổ

老鹰

đại bàng

野猪

heo rừng

鱼

cá

龟

con rùa

海象

hải mã

狐狸

con cáo

羚羊

linh dương

橄榄球
bóng bầu dục Mỹ

骑自行车
đua xe đạp

网球
quần vợt

篮球
bóng rổ

游泳
bơi

拳击
đấm bốc

冰球
khúc côn cầu trên băng

英式足球
bóng đá

羽毛球
cầu lông

田径
điền kinh

手球
bóng ném

滑雪
trượt tuyết

马球
polo

跳
nhảy

笑
cười

拥抱
ôm

走路
đi bộ

唱
ca hát

做梦
mơ

祈祷
cầu nguyện

亲吻
hôn

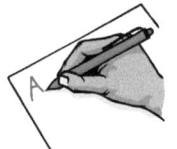

书写
viết

画
vẽ

展示
chỉ trỏ

推
đẩy

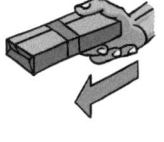

给
cho

拿
lấy đi

有
có

做
làm

当
thì / là

站
đứng

跑
chạy

拉
kéo

扔
ném

摔倒
rơi

躺
nằm

等待
chờ đợi

携带
mang vác

坐
ngồi

穿衣
mặc quần áo

睡觉
ngủ

醒来
thức dậy

看
xem

哭
khóc

抚摸
vuốt ve

梳头
chải

交谈
nói chuyện

明白
hiểu

问
câu hỏi

听
nghe

喝
uống

吃
ăn

清理
dọn dẹp

爱
yêu

做饭
nấu nướng

开车
lái xe

飞
bay

航行

đi thuyền buồm

计算

tính toán

读

đọc

学习

học

工作

làm việc

结婚

cưới

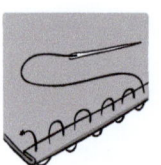

缝

khâu vá

刷牙

đánh răng

杀

giết

抽烟

hút thuốc

寄

gửi đi

家

gia đình

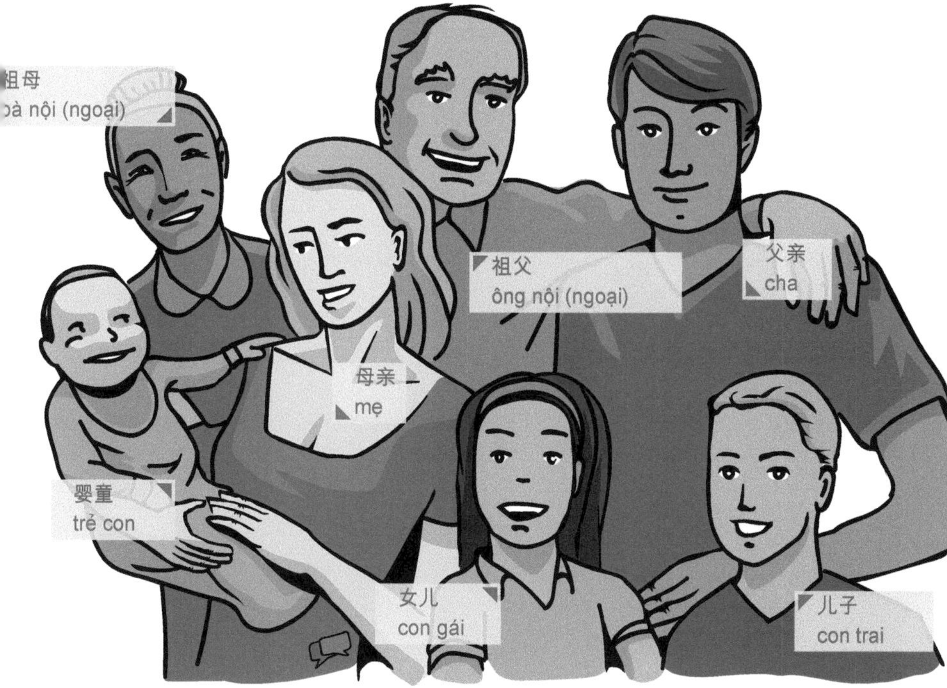

祖母
à nội (ngoại)
祖父
ông nội (ngoại)
父亲
cha
母亲
mẹ
婴童
trẻ con
女儿
con gái
儿子
con trai

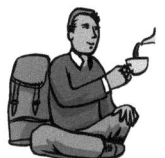

客人

khách

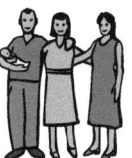

阿姨

cô (dì)

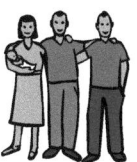

叔叔

chú, bác (cậu)

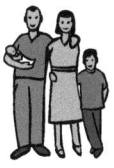

兄弟

anh (em) trai

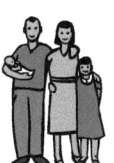

姐妹

chị (em) gái

身体
cơ thể

前额
trán
眼睛
mắt
肩膀
vai
手指
ngón tay
脸
mặt
下巴
cằm
手
bàn tay
腿
chân
乳房
ngực
手臂
cánh tay

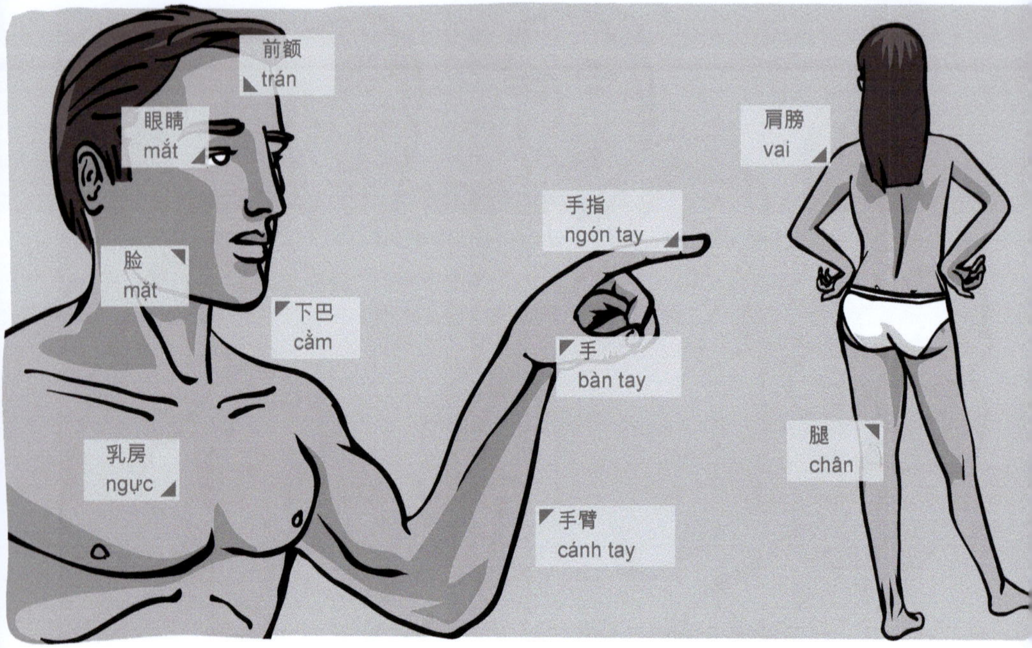

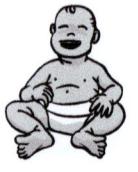

婴童
trẻ con

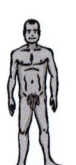

男人
đàn ông

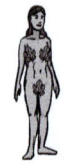

女人
phụ nữ

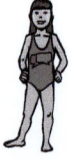

女孩
bé gái

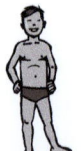

男孩
bé trai

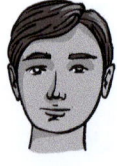

头
đầu

背部

lưng

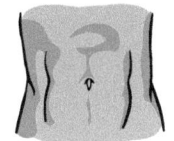

肚子

bụng

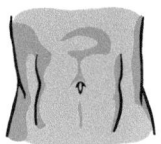

肚脐

rốn

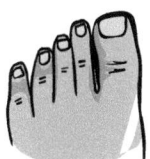

脚趾

ngón chân

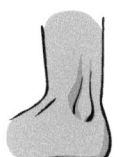

脚后跟

gót chân

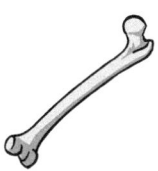

骨头

xương

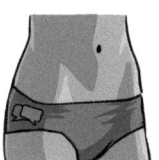

臀部

hông

膝盖

đầu gối

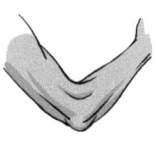

手肘

khuỷu tay

鼻子

mũi

屁股

mông

皮肤

da

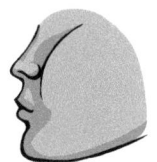

脸颊

má

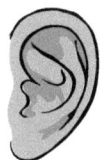

耳朵

tai

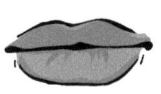

嘴唇

môi

嘴

miệng

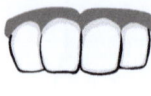

牙齿

răng

舌头

lưỡi

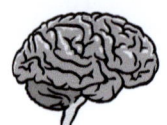

脑

não

心脏

tim

肌肉

cơ bắp

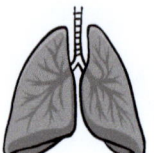

肺

phổi

肝脏

gan

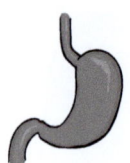

胃

dạ dày

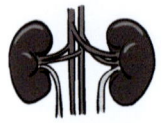

肾脏

thận

性交

giao hợp

避孕套

bao cao su

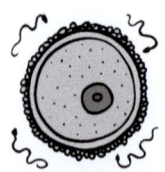

卵子

noãn

精子

tinh dịch

怀孕

mang thai

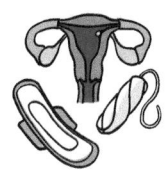

月经

kinh nguyệt

阴道

âm vật

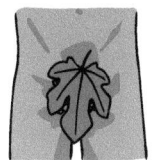

阴茎

dương vật

眉毛

lông mày

头发

tóc

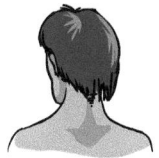

脖子

cổ

医院

bệnh viện

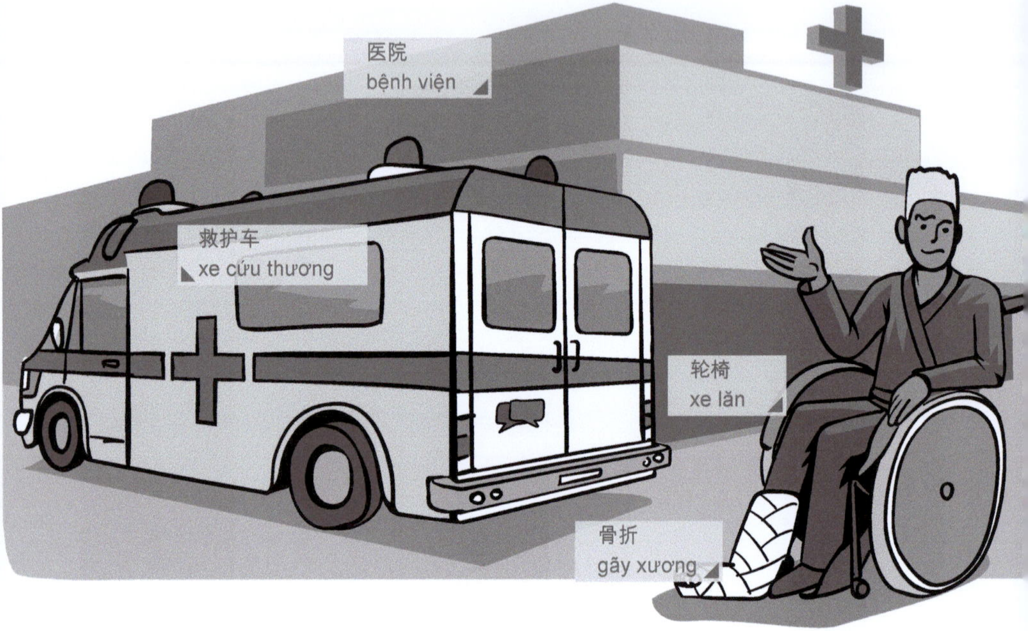

医院
bệnh viện
救护车
xe cứu thương
轮椅
xe lăn
骨折
gãy xương

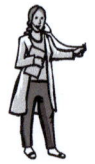

医生

bác sĩ

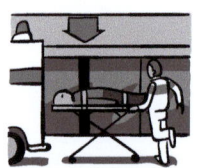

急诊室

phòng cấp cứu

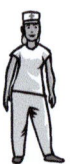

护士

y tá

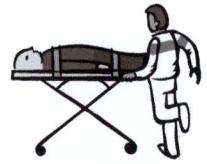

紧急情况

cấp cứu

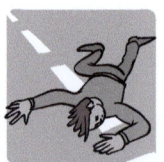

昏迷

bất tỉnh

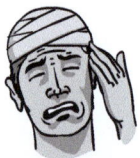

痛

cơn đau

受伤

bị thương

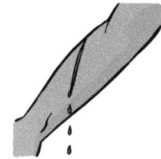

出血

chảy máu

心脏病发作

nhồi máu cơ tim

中风

đột quỵ

过敏

dị ứng

咳嗽

ho

发烧

sốt

流感

cúm

腹泻

tiêu chảy

头痛

đau đầu

癌症

ung thư

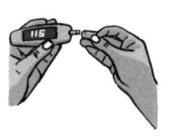

糖尿病

bệnh tiểu đường

外科医生

bác sĩ phẫu thuật

手术刀

dao mổ

手术

giải phẫu

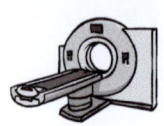

CT

chụp cắt lớp

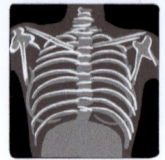

X光

chụp x-quang

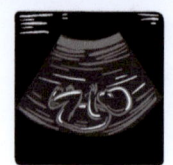

超声波

siêu âm

口罩

mặt nạ

疾病

bệnh

候诊室

phòng đợi

拐杖

cái nạng

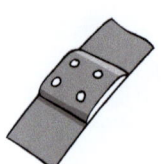

石膏

băng dán vết thương

绷带

băng bó

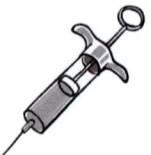

注射

tiêm thuốc

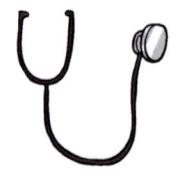

听诊器

ống nghe khám bệnh

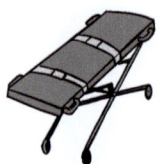

担架

băng ca

体温计

nhiệt kế

出生

sinh đẻ

超重

thừa cân

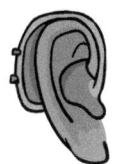

助听器

máy trợ thính

消毒液

chất khử trùng

感染

nhiễm trùng

病毒

vi rút

艾滋病

HIV / AIDS

药物

thuốc

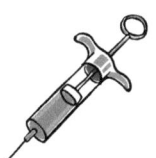

接种疫苗

tiêm chủng

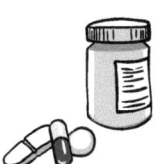

药片

thuốc viên

药丸

viên thuốc

急救电话

gọi cấp cứu

血压计

máy đo huyết áp

生病/健康

bệnh / khỏe mạnh

救命！

cứu!

警报

báo động

突击

cuộc đột kích

攻击

sự tấn công

危险

mối nguy hiểm

紧急出口

lối thoát hiểm

着火啦！

cháy!

灭火器

bình chữa cháy

意外

tai nạn

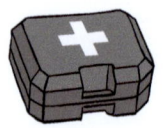

急救箱

bộ dụng cụ sơ cứu

呼救信号

SOS

警察

cảnh sát

欧洲

châu Âu

北美洲

Bắc Mỹ

南美洲

Nam Mỹ

非洲

châu Phi

亚洲

châu Á

澳洲

châu Úc

大西洋

Đại Tây Dương

太平洋

Thái Bình Dương

印度洋

Ấn Độ Dương

南冰洋

Nam Cực Dương

北冰洋

Bắc Băng Dương

北极

bắc cực

南极

nam cực

南极洲

nam cực

地球

trái đất

陆地

đất liền

海

biển

岛

đảo

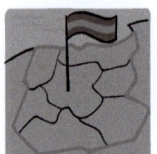

国家

quốc gia

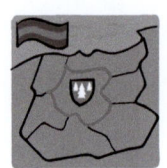

国家

nhà nước

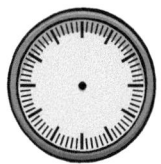

钟面

mặt đồng hồ

时针

kim chỉ giờ

分针

kim chỉ phút

秒针

kim chỉ giây

现在几点？

Bây giờ là mấy giờ?

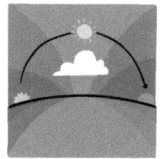

天

ngày

时间

thời gian

现在

bây giờ

电子表

đồng hồ điện tử

分

phút

时

giờ

周
tuần lễ

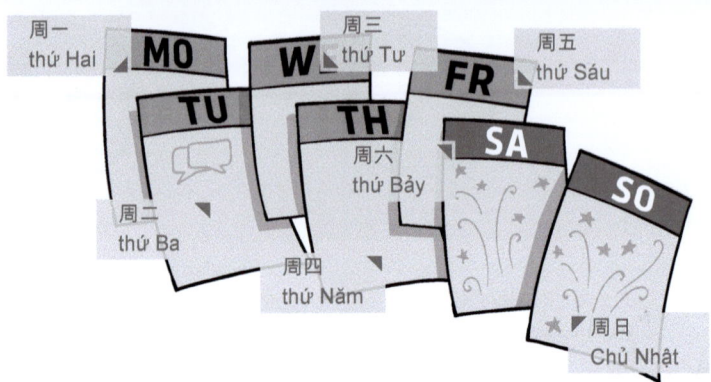

周一 thứ Hai
周二 thứ Ba
周三 thứ Tư
周四 thứ Năm
周五 thứ Sáu
周六 thứ Bảy
周日 Chủ Nhật

昨天

hôm qua

今天

hôm nay

明天

ngày mai

早晨

buổi sáng

中午

buổi trưa

晚上

buổi tối

工作日

ngày làm việc

周末

cuối tuần

年
năm

雨
mưa
彩虹
cầu vồng
风
gió
雪
tuyết
春
mùa xuân
秋
mùa thu
夏
mùa hè
冬
mùa đông

4.APRIL 11°
5.APRIL 4°
6.APRIL 13°
7.APRIL 8°
8.APRIL 10°

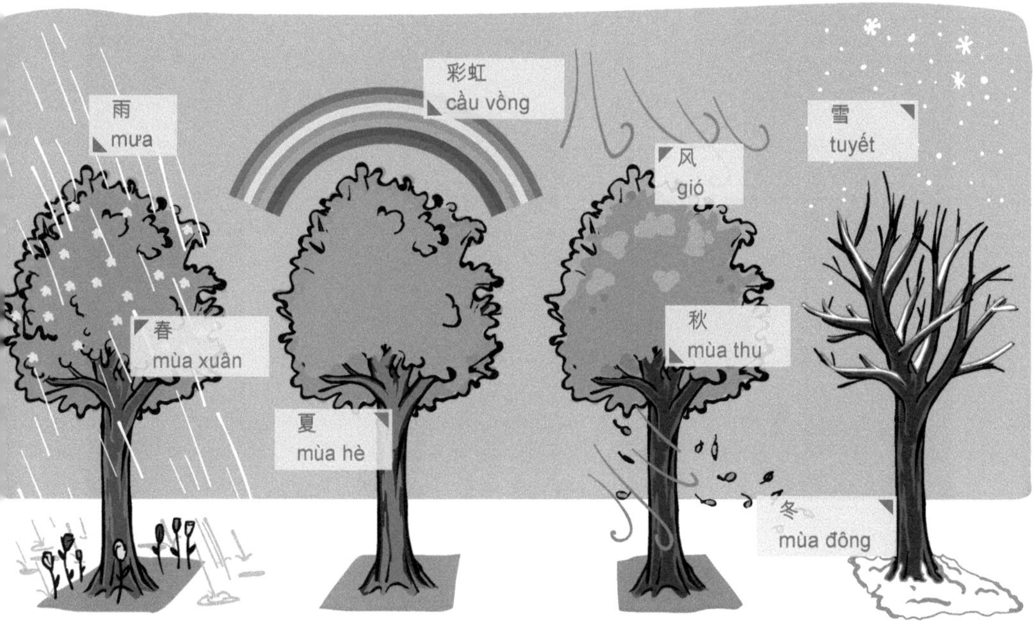

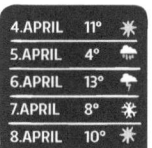

天气预报

dự báo thời tiết

F C
120 40
90 30
60 20
30 10
0 0
-30 -10
-20

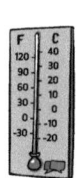

温度计

nhiệt kế

阳光

ánh nắng

云

mây

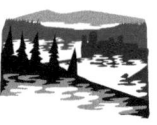

雾

sương mù

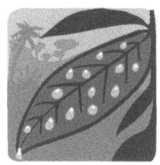

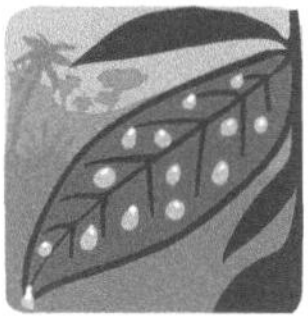

潮湿

độ ẩm không khí

闪电

tia chớp

打雷

sấm sét

风暴

cơn bão

冰雹

mưa đá

季风

gió mùa

洪水

lũ lụt

冰

nước đá

一月

tháng Một

二月

tháng Hai

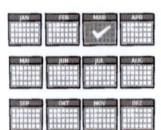

三月

tháng Ba

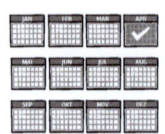

四月

tháng Tư

五月

tháng Năm

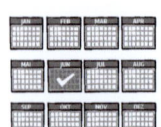

六月

tháng Sáu

七月

tháng Bảy

八月

tháng Tám

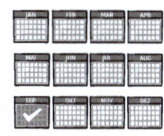

九月

tháng Chín

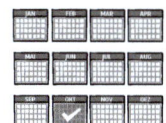

十月

tháng Mười

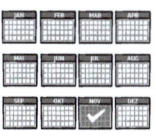

十一月

tháng Mười Một

十二月

tháng Mười Hai

形状

hình dạng

圆形

hình tròn

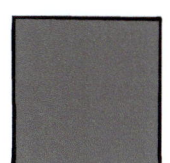

正方形

hình vuông

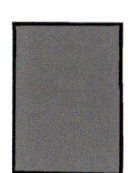

长方形

hình chữ nhật

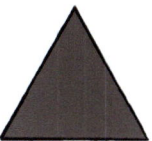

三角形

hình tam giác

球体

hình cầu

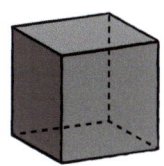

立方体

khối vuông

白

màu trắng

黄

màu vàng

橙

màu cam

粉

màu hồng

红

màu đỏ

紫

màu tím

蓝

màu xanh dương

绿

màu xanh lá cây

棕

màu nâu

灰

màu xám

黑

màu đen

很多/少许

nhiều / ít

生气/平静

tức tối / điềm tĩnh

美/丑

xinh đẹp / xấu xí

首/尾

bắt đầu / kết thúc

大/小

to / nhỏ

明/暗

sáng / tối

兄弟/姐妹

anh (em) trai / chị (em) gái

干净/肮脏

sạch / bẩn

完整/缺失

đủ / thiếu

白天/晚上

ngày / đêm

死/生

chết / sống

宽/窄

rộng / chật hẹp

可食用/非食用

ăn được / không ăn được

邪恶/善良

ác / tử tế

兴奋/无聊

hào hứng / chán nản

胖/瘦

béo / gầy

第一/最后

đầu tiên / cuối cùng

朋友/敌人

bạn / thù

满/空

đầy / rỗng

硬/软

cứng / mềm

重/轻

nặng / nhẹ

饿/渴

đói / khát

生病/健康

bệnh / khỏe mạnh

非法/合法

bất hợp pháp / hợp pháp

聪明/愚笨

thông minh / ngu

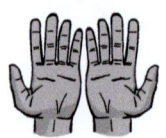

左/右

trái / phải

近/远

gần / xa

新/旧

mới / cũ

没有/有些

không có gì cả / có cái gì đó

老/幼

già / trẻ

开/关

bật / tắt

打开/合上

mở / đóng

安静/吵闹

im lặng / ồn ào

富/穷

giàu / nghèo

对/错

đúng / sai

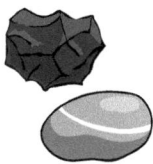

粗糙/光滑

sần sùi / mịn màng

伤心/高兴

buồn / vui

短/长

ngắn / dài

慢/快

chậm / nhanh

湿/干

ẩm ướt / khô ráo

温暖/凉爽

ấm áp / mát mẻ

战争/和平

chiến tranh / hòa bình

反义词 - đối lập

0

零
....
số không

1

一
....
một

2

二
....
hai

3

三
....
ba

4

四
....
bốn

5

五
....
năm

6

六
....
sáu

7

七
....
bảy

8

八
....
tám

9

九
....
chín

10

十
....
mười

11

十一
....
mười một

12

十二
mười hai

13

十三
mười ba

14

十四
mười bốn

15

十五
mười lăm

16

十六
mười sáu

17

十七
mười bảy

18

十八
mười tám

19

十九
mười chín

20

二十
hai mươi

100

百
một trăm

1.000

千
một ngàn

1.000.000

百万
một triệu

数字 - con số

英语

tiếng Anh

美式英语

tiếng Anh Mỹ

普通话

tiếng Quan Thoại

印地语

tiếng Hin-di

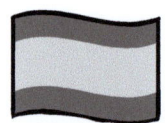

西班牙语

tiếng Tây Ban Nha

法语

tiếng Pháp

阿拉伯语

tiếng Ả-rập

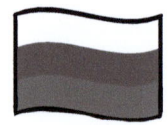

俄语

tiếng Nga

葡萄牙语

tiếng Bồ Đào Nha

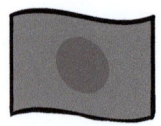

孟加拉语

tiếng Bengal

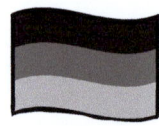

德语

tiếng Đức

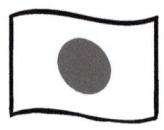

日语

tiếng Nhật

我

tôi

你

bạn

他/她/它

anh ta / cô ta / nó

我们

chúng tôi

你们

các bạn

他们

họ

谁？

ai?

什么？

cái gì?

怎样？

như thế nào?

哪里？

ở đâu?

什么时候？

lúc nào?

名字

tên

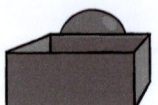

后面

phía sau

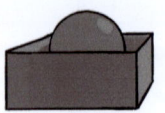

里面

ở trong

前面

phía trước

上方

phía trên

上面

ở trên

下面

ở dưới

旁边

bên cạnh

中间

ở giữa

地点

chỗ